గుడ్డి రాబందు

గంగా నది ఒడ్డున ఒక పెద్ద చెట్టు ఉంది. ఇది చాలా పక్షులకు ఆశ్రయం. ఒకరోజు, ఒక గుడ్డి ముసలి రాబందు చెట్టు యొక్క బోలులో నివసించడానికి వచ్చింది. పక్షులు గుడ్డి రాబందును స్వాగతించాయి మరియు అతను చాలా వృద్ధుడు మరియు అంధుడు కాబట్టి అతనికి తమ ఆహారంలో వాటా ఇవ్వాలని నిర్ణయించుకున్నారు. గుడ్డి రాబందు తన పట్ల పక్షి పడుతున్న ఆరాటాన్ని చూసి కృతజ్ఞతతో పొంగిపోయింది. “ఈ పక్షులు నా పట్ల చాలా దయ చూపుతాయి కాబట్టి, అవి ఆహారం కోసం దూరంగా ఉన్నప్పుడు, వాటి పిల్లలను రక్షించడం నా బాధ్యత” అని అతను తనలో తాను అనుకున్నాడు. కాబట్టి రాబందు పక్షుల పిల్లలను జాగ్రత్తగా చూసుకోవడం ప్రారంభించింది.

D9900078

ఒకరోజు ఆ చెట్టు దగ్గర్నుంచి ఒక పెద్ద పిల్ల వెళ్లింది. చిన్నపిల్లల కిలకిలరావాలు విని, పిల్ల పక్షులను పట్టుకుని తినాలనే ఆశతో చెట్టు దగ్గరికి వచ్చింది. పిల్లిని చూడగానే పిల్లలు భయపడి చాలా బిగ్గరగా కిచకిచలాడారు. గుడ్డి రాబందు అప్రమత్తమై, "ఎవరు ఉన్నారు?" రాబందును చూసి పిల్లి భయపడింది.

కానీ ఆమె, "నేను ధైర్యంగా ఉండాలి. ఎలాగైనా అతని విశ్వాసాన్ని గెలుచుకోవడానికి ప్రయత్నించాలి. కాబట్టి ప్రశాంతంగా మరియు కంపోజ్ చేస్తూ, "గుడ్మార్నింగ్, సార్! ఇది నేనే, పిల్లి" అని చెప్పింది. రాబందు తిరిగి అరిచింది, "ఇక్కడ నుండి వెళ్లు; లేకపోతే, నేను నిన్ను తింటాను.".

పిల్లి చాలా తెలివైనది. ఆమె చల్లగా ఉండి, “సార్, దయచేసి నేను చెప్పేది వినండి. తర్వాత నన్ను చంపడానికి మీకు స్వేచ్ఛ ఉంది” అని గౌరవంగా చెప్పింది.

రాబందు ఆమె మాట వినాలని నిర్ణయించుకుంది. పిల్లి ఇలా చెప్పింది, “నేను గంగా నదికి అవతలి ఒడ్డున నివసిస్తాను, నేను చాలా మతపరమైన మనస్సు కలిగి ఉంటాను. నేను ప్రతిరోజూ ఉదయం, నదిలో పుణ్యస్నానం చేస్తాను. ఈ రోజు, నేను మీకు నమస్కరించి, మీ ఆశీర్వాదం కోసం ఇక్కడికి వచ్చాను.”

ఆమె మాటలకు ముసలి రాబందు ముగ్ధుడయ్యాడు. కానీ అతను ఇంకా ఆమెను అనుమానిస్తూ, “ఇతర జంతువుల మాంసం తినడం మీ స్వభావం కాబట్టి నేను నిన్ను ఎలా నమ్మగలను? పక్షుల పిల్లలు ఇక్కడ నివసిస్తున్నారు. కాబట్టి మీరు ఇక్కడ నుండి వెళ్లిపోతే మంచిది” అని చెప్పాడు.

పిల్లి తన చెవులు పట్టుకుని అమాయకంగా చెప్పింది, “సార్ నమ్మండి, నేను గంగా నది ఒడ్డున నివసించడానికి వచ్చినందున జంతువుల మాంసం తినడం మానేశాను. ఆ ప్రదేశమంతా తాజా కాయగూరలు మరియు పండ్లతో నిండి ఉంది. దేవుడు నిషేధించాడు. నేను కూరగాయలు మరియు పండ్లతో కడుపు నింపుకోవాలనుకున్నప్పుడు, ఈ చిన్న పిల్లలను చంపే పాపం ఎందుకు చేయాలి?”.

ముసలి రాబందు ఆమె తీపి కబుర్లతో ఒదిగిపోయింది. అతను ఆమెను తనతో ఉండడానికి అనుమతించాడు. కొన్ని రోజులు అంతా సవ్యంగానే సాగింది. కానీ క్రమేణా చెడ్డ పిల్లికి తనను తాను నియంత్రించుకోవడం కష్టంగా మారింది. నిశ్శబ్దంగా, ఆమె యువ పక్షులను ఒక్కొక్కటిగా తినడం ప్రారంభించింది. గుడ్డి రాబందు ఏమీ చూడలేకపోయింది.

కానీ వెంటనే, పక్షులు తమ పిల్లలు తప్పిపోయినట్లు గమనించాయి. వారు ఆందోళన చెందారు మరియు తప్పిపోయిన పక్షుల కోసం ప్రతిచోటా వెతకడం ప్రారంభించారు. తెలివైన పిల్లి పరిస్థితి తనకు అనుకూలంగా లేదని గ్రహించింది మరియు ఆమె త్వరలో విషయం తెలుస్తుందని గమనించింది. దాంతో ఆమె అక్కడి నుండి నిశ్శబ్దంగా జారుకుంది.

తప్పిపోయిన తమ పిల్లల కోసం వెతుకుతున్నప్పుడు, పక్షులు చెట్టు బోలు దగ్గరకు వెళ్లాయి. అక్కడ పడి ఉన్న చిన్నారుల ఎముకలు చూసి షాక్ తిన్నారు. "గుడ్డి రాబందు మమ్మల్ని మోసం చేసింది. మీ అమాయక శిశు పులను తినేసింది." అని వారు అనుకున్నారు.

వారందరికీ గాయాలయ్యాయి. వారు చాలా కోపంగా ఉన్నారు. మరియు పాత రాబందును చంపారు. తెలియని జంతువును నమ్మినందుకు అమాయక వృద్ధ రాబందు చంపబడింది.

నీతి : ఏ అపరిచితుడిని నమ్మవద్దు.

అమాయకపు గాడిద

ఒక ఊరిలో ఒక చాకలివాడు ఉన్నాడు. అతను తన ఇంటికి కాపలాగా ఒక కుక్కను మరియు తన రోజువారీ పనిలో సహాయంగా ఒక గాడిదను ఉంచుకున్నాడు. అతను గాడిద మీద అధిక బరువులు మోస్తూ ఉండేవాడు.

ఒకరోజు రాత్రి చాకలివాడు ఇంటిలో గాఢంగా నిద్రిస్తుండగా, అతని ఇంట్లోకి ఒక దొంగ చొరబడ్డాడు. ఇంటి ఆవరణలో గాడిదను, కుక్కను బయట కట్టేశారు. చాకలి వాడు ఇంట్లోకి దొంగ రావడం చూశారు ఇద్దరూ. కానీ కుక్క అలారం ఎత్తలేదు. దానికి గాడిద, కుక్కతో "మిత్రమా, నీ యజమానిని అప్రమత్తం చేయడం నీ కర్తవ్యం. అతన్ని ఎందుకు లేపకూడదు?"

కుక్క చిరాకు పడుతూ, "నువ్వు ఇబ్బంది పడకు. నీకు తెలుసా, నేను రాత్రింబవళ్లు కాపలాగా ఉన్నాను. కానీ మాస్టారు నాకు ఇన్ని రోజులు. సరిగ్గా ఆహారం ఇవ్వడం మానేశారు. ఇదేనా, మాస్టారు చెప్పాలి. అతని పెంపుడు జంతువులకు చికిత్స చేయాలా? అతను కొంత నష్టాన్ని భరించకపోతే నా విలువను అతను అర్థం చేసుకోడు."

కుక్క అభిప్రాయాలను గాడిద ఏకీభవించలేదు. అయినప్పటికీ, అతని కర్తవ్యం గురించి అతనికి అవగాహన కల్పించడానికి, అతను చెప్పాడు, "వినండి మిత్రమా, యజమానికి ఏదైనా సహాయం అవసరమైనప్పుడు సేవకుడు ఎటువంటి షరతు పెట్టి తన విధిని విస్మరించకూడదు. "కానీ ఈ జ్ఞానం యొక్క మాటలు మొండి కుక్కను ఒప్పించలేదు. కుక్క అతని సలహాను పట్టించుకోకుండా, "నువ్వు దయచేసి, నాకు ఏ గుణపాఠం చెప్పకు. తన సేవకుని సంక్షేమం మరియు అవసరాలను కూడా చూసుకోవడం మంచి యజమాని యొక్క విధి అని మీకు అనిపించలేదా?".

గాడిద చాలా బాధపడింది. అతను కుక్కతో ఇక వాదించదలచు కోలేదు. అయితే, ఈ కష్టకాలంలో తన యజమానికి సహాయం చేయాలని అతను భావించాడు. అతను కక్కతో అన్నాడు, “నువ్వు స్వార్ధపరుడివి. యజమానిని లేపడానికి మీరు మొరగకపోతే, నేను ఏదో ఒకటి చేయాలి.” అలా చెబుతూ గాడిద తన గొంతుతో గట్టిగా అరవడం ప్రారంభించింది.

గాఢ నిద్రలో ఉన్న చాకలివాడు వెంటనే లేచాడు. చేతిలో కర్రతో ఇంటి నుంచి బయటకు వచ్చాడు. నిశ్శబ్దంగా కూర్చున్న కుక్కను, గాడిద బిగ్గరగా అరుస్తూ ఉండటాన్ని చూసి, గాడిద నిద్రలో తనని అనవసరంగా డిస్టర్బ్ చేసిందని అనుకున్నాడు. అతను ప్రశాంతత కోల్పోయాడు మరియు కనికరం లేకుండా గాడిదను కొట్టడం ప్రారంభించాడు. పేదింటి గాడిద అక్కడికక్కడే మృతి చెందింది.

నీతి : మీ స్వంత కర్తవ్యాన్ని నిర్వర్తించండి మరియు కోరితే తప్ప ఇతరులకు సలహా ఇవ్వకండి.

పక్షులు మరియు వణుకుతున్న కోతులు

ఒక నది ఒడ్డున ఒక పెద్ద చెట్టు ఉండేది. దాని కొమ్మలపై గూళ్లు కట్టుకున్న పక్షుల కుటుంబానికి ఇది నివాసం. విశాలమైన కొమ్మలతో ఉన్న చెట్టు మండుతున్న ఎండలు మరియు భారీ వర్షాల నుండి వారికి ఆశ్రయం ఇవ్వడంతో వారు అక్కడ సంతోషంగా నివసించారు.

ఒక రోజు ఆకాశం మేఘావృతమై ఉండగా, భారీ వర్షం కురిసింది. పక్షులు వాటిని తమ గూళ్లలో దాచుకున్నాయి. చెట్టు పక్కనే ఆడుకుంటున్న కొన్ని కోతులు వర్షంలో పూర్తిగా తడిసిపోయాయి. వారు చెట్టుక్రింద ఆశ్రయం కోసం పరుగులు తీశారు. చలికి ఒళ్లంతా వణికిపోయింది.

అప్పుడే వాటిని గమనిస్తున్న పక్షి ఒకటి ఇలా చెప్పింది, "ప్రియమైన సోదరులారా, మీరు మాలాంటి ఇంటిని నిర్మించి ఉంటే, మీరు ఇలా వణకాల్సిన అవసరం లేదు, మేము చిన్ని పక్షులమే అయినప్పటికీ, మేము మా చిన్న ముక్కులతో కొమ్మలను సేకరించి నిర్మిస్తాము మా గూళ్లు. దేవుడి దయతో, మీకు రెండు చేతులు మరియు రెండు కాళ్లు ఉన్నాయి, మీరు మీ కోసం ఇళ్లను ఎందుకు నిర్మించుకోకూడదు? అవి మీకు విపరీతమైన చలి, వేడి మరియు వర్షం నుండి ఆశ్రయం కల్పిస్తాయి."

అయితే, చిన్న పక్షుల నుండి ఈ సలహా తీసుకోవడానికి కోతులు సంతోషించలేదు. పక్షులు తమను వెక్కిరిస్తున్నాయని వారు చిరాకు పడ్డారు. “ఇంత చిన్న జీవులు తమ స్వంత ఇల్లు కలిగి ఉన్నందున, మనల్ని ఎగతాళి చేయడం మరియు మాకు నేర్పించడానికి ఎలా ప్రయత్నిస్తాయి?” అని వారు భావించారు. వారు చాలా చిరాకు పడ్డారు. వాళ్లలో ఒకడు “వర్షం ఆగనివ్వండి. మన ఇళ్లు ఎలా కట్టుకోవాలో వాళ్లకి చూపిస్తాం” అన్నాడు.

వర్షం ఆగిన వెంటనే కోతులు చెట్టుపైకి ఎక్కి పక్షుల గూళ్లన్నింటినీ నాకనం చేశాయి. వాటి గుడ్లు పగులగొట్టి పిల్లలను కింద పదేశాయి.

కోతుల అసభ్య ప్రవర్తన చూసి పేద పక్షులు చలించిపోయాయి. నిస్సహాయంగా అక్కడికి, ఇక్కడకి ఎగిరిపోయాయి. వారు పశ్చాత్తాపపడ్డారు మరియు తెలివితక్కువ వానరులకు తాము ఎటువంటి సలహా ఇవ్వకూడదని గ్రహించారు.

నీతి : అడిగేంత వరకు సలహా ఇవ్వకండి.

మూర్ఖమైన గాడిద

ఒకప్పుడు, ఒక నగరంలో ఒక చాకలివాడు ఉండేవాడు. అతను చాలా స్వార్థపరుడు మరియు క్రూరమైనవాడు. అతను ఒక గాడిదను కలిగి ఉన్నాడు. అది ఒక ప్రదేశం నుండి మరోక ప్రదేశానికి బట్టలు మోయడానికి అతనికి సహాయపడింది.

గాడిద ఉదయం నుండి సాయంత్రం వరకు కష్టపడి పనిచేసింది కానీ అతని క్రూరమైన యజమాని అతనికి తినడానికి తగినంత ఆహారం ఇవ్వలేదు. దీంతో గాడిద రోజురోజుకూ బలహీనపడింది. ఏ పనీ చేయలేనంత బలహీనుడయ్యాడు.

ఇప్పుడు చాకలివాడు కంగారుపడ్డాడు. కానీ గాడిదకు ఆహారం కోసం ఎక్కువ డబ్బు ఖర్చు చేయడం అతనికి ఇష్టం లేదు. అతనికి ఆహారం ఇవ్వడానికి అతను ఒక కొత్త ఆలోచనను ఆలోచించాడు. ఎక్కడి నుంచో పులి చర్మాన్ని తీసుకొచ్చి గాడిదకి చుట్టి పక్కనే ఉన్న పొలాల్లో స్వేచ్ఛగా మేసేందుకు వదిలేశాడు.

పొలాల యజమానులు అతన్ని నిజమైన పులిగా భావించారు. గాడిద తమ దగ్గరికి వచ్చినప్పుడల్లా భయంతో పారిపోయేవారు. ఇప్పుడు గాడిద రాత్రిపూట ఒక పొలం నుండి మరొక పొలానికి తిరుగుతూ తన హృదయానికి సంతృప్తికరంగా తినసాగింది.

గాడిద రాత్రిపూట ఒక పొలం నుండి మరొక పొలానికి తిరుగుతూ తన హృదయానికి సంతృప్తికరంగా తినసాగింది.

గాడిద వెంటనే లావుగా మరియు ఆరోగ్యంగా పెరిగింది. ఎప్పటిలాగే, ప్రతిరోజు ఉదయం, చాకలివాడు అతనిని పని కోసం బయటకు తీసుకెళ్లాడు. అతను చాలా సంతోషంగా ఉన్నాడు ఎందుకంటే ఇప్పుడు తన గాడిదకు ఆహారం కోసం డబ్బు ఖర్చు చేయవలసిన అవసరం లేదు. కానీ పొలాల యజమానులు చాలా కలత చెందారు, ఎందుకంటే ప్రతిరోజు గాడిద వారి పంటలను తిని పాడుచేస్తుంది; వారు భారీ నష్టాలను చవిచూశారు. యజమానిలో ఒకరు, చివరకు, పులిని చంపాలని నిర్ణయించుకున్నాడు. అతను లేత గోధుమ రంగు దుప్పటిని కప్పుకున్నాడు మరియు అతని పొలం యొక్క ఒక మూలలో కూర్చున్నాడు, అతని చేతుల్లో విల్లు మరియు బాణాలతో సిద్ధంగా ఉన్నాడు.

రాత్రి గాడిద పొలానికి వచ్చినప్పుడు, దుప్పటి కప్పుకున్న వ్యక్తిని మరొక గాడిదగా తప్పుగా భావించాడు. అక్కడ తన సహచరిలో ఒకరిని చూసి పులకించిపోయి ఆనందానికి లోనయ్యాడు. అతను గట్టిగా అరవడం మొదలుపెట్టాడు.

ఒక్కసారిగా ఆ పొలం యజమాని అతని గొంతును బట్టి అతడు మరెవరో కాదని, పులి వేషంలో ఉన్న సాధారణ గాడిద అని గుర్తించాడు. అతను ఇక అతనికి భయపడలేదు మరియు అతనిపై బాణాలు వేశాడు. గాడిద తప్పించుకోలేకపోయింది. తీవ్రంగా గాయపడి నొప్పితో చనిపోయాడు.

నీతి: తొందరపడకు, మీరు మాట్లాడే లేదా మాట్లాడే ముందు ఆలోచించండి.

జింక, కాకి మరియు చెడ్డ నక్క

ఒక అడవిలో ఒక కాకి, జింక కుండేవి. వారు చాలా మంచి స్నేహితులు, జింక చాలా ఆరోగ్యంగా ఉంది మరియు దాని అందమైన చర్మంతో చాలా ఆకర్షణీయంగా కనిపించింది. ఇది చాలా ఆటపాటగా, అడవిలో ఆనందంగా తిరిగేది.

ఒకరోజు నక్క చెడ్డ కన్ను అతని మీద పడింది. అతను అనుకున్నాడు. "నేను ఈ అందమైన జీవి యొక్క మాంసం తినాలి. ఇది ఖచ్చితంగా చాలా తీపి మరియు రుచిగా ఉంటుంది." అయితే ముందుగా అతడిని విశ్వాసంలోకి తీసుకోవాలని నిర్ణయించుకున్నాడు. కాబట్టి, ఒక మంచి రోజు చూసి, అతను, అతని వద్దకు వెళ్లి, "హలో మిత్రమా, ఎలా ఉన్నావు?"

ఇంతకు ముందు అతనిని చూడని ఇంక "ఎవరు మీరు? మనం ఇంతకు ముందు కలుసుకోలేదని నేను అనుకుంటున్నాను" అని అడిగింది.

"నేను నక్కను. నేను ఈ అడవిలో ఒంటరిగా జీవిస్తున్నాను. నాతో ఆడుకోవడానికి ఎవరూ లేరు. మీరు నాతో స్నేహం చేస్తారా?" జింక సంతోషంతో నక్కతో స్నేహం చేయడానికి అంగీకరించింది.

సాయంత్రం, జింక అతనిని తన సన్నిహితుడైన కాకి కూడా నివసించే చెట్టు దగ్గర ఉన్న తన ఇంటికి తీసుకువెళ్లింది. అతపరిచితుడితో వస్తున్న జింకను చూసి కాకి, "ప్రియమైన మిత్రమా, ఈ తోటి వారు ఎవరు?" కాకికి నక్కను పరిచయం చేస్తూ, జింక "ప్రియమైన కాకి, ఇది నక్క; అతను మనతో స్నేహం చేయాలని కోరుకుంటున్నాడు" అని చెప్పింది.

కాకి ఒక్క క్షణం నిశ్శబ్దంగా ఉండి, ఒక ఆలోచన తర్వాత తడబడుతూ చెప్పింది. "అపరిచిత వ్యక్తితో స్నేహం చేయడం తెలివైన పని అని నేను అనుకోను."

కాకి మాటలు విని నక్క చిరాకు పడి "నువ్వు మరియు జింక స్నేహం చేసినప్పుడు, జింక గురించి నీకు కూడా పెద్దగా తెలియదు. ఒకరినొకరు బాగా తెలుసుకోవటానికి సమయం పడుతుంది. ఇది చాలా సంవత్సరాల వ్యవధిలో మాత్రమే. మీరు మంచి స్నేహితులు అయ్యారు."

నక్క చెప్పిన దానితో అమాయక జింకకు నమ్మకం కలిగింది. చిత్త శుద్ధితో, "మనం తగాదా చేయకూడదు. ముగ్గురం కలిసి శాంతియుతంగా జీవించాలి."

ఇప్పుడు కాకి మరింత వాదించడానికి ఇష్టపడలేదు మరియు "నీ మరుసటి రోజు నాటికి, వారు ముగ్గురు తమ దినచర్యలో బిజీ అయ్యారు. పగటిపూట, వారు తమ ఆహారం కోసం వెతుకుతూనే ఉన్నారు; రాత్రి సమయంలో వారు కలిసి సమయాన్ని గడపడానికి ఇష్టపడతారు. కానీ నక్క జింకను చంపడానికి సరైన అవకాశం కోసం వెతుకుతోంది.

ఒక రోజు, కాకి లేని సమయంలో, నక్క జింకతో, "నాతో రా, నేను మీకు సమీపంలోనే అడవిలో మొక్కజొన్నలతో నిండిన పొలాన్ని చూపిస్తాను" అని చెప్పింది. నక్క అతన్ని అక్కడికి తీసుకెళ్లింది మరియు జింక తన హృదయ పూర్వకంగా తాజా మొక్కజొన్నలను తింటూ ఆనందించింది.

కాసేపటికే అతడిని పొలం యజమాని గమనించాడు. అతడిని పట్టుకోవడానికి ఉచ్చు వేశాడు. మరుసటి రోజు పొలానికి వచ్చిన జింక వలలో చిక్కుకుంది. జింక అలోచించింది. “ఇప్పుడు, నన్ను ఇక్కడ నుండి ఎవరు రక్షిస్తారు?” ఆ సమయంలో నక్క తన వైపుకు రావడం చూశాడు. నక్కను చూసి సంతోషించాడు. జింక అతన్ని పిలిచి, “ప్రియ మిత్రమా, నేను వలలో చిక్కుకున్నాను, దయచేసి ఈ వల నుండి త్వరగా బయటపడటానికి నాకు సహాయం చెయ్యండి.”

అతను వలలో చిక్కుకోవడం చూసి సంతోషించిన దుష్ట నక్క అతనికి సహాయం చేయడానికి నిరాకరించింది. బదులుగా నక్క సాకు చెప్పింది, “మిత్రమా, ఈ వల తోలుతో చేయబడింది. ఈ రోజు, మంగళవారం, నేను నా పళ్లతో తోలును తాకను, రేపు ఉదయం వచ్చి నిన్ను ఇక్కడి నుండి రక్షిస్తాను అని సాకు చెప్పి పొదల్లో దాక్కున్నాడు.”

రాత్రి గడిచినా జింక తన స్థానానికి తిరిగి రాకపోవడంతో కాకి ఆందోళన చెందింది. అతన్ని వెతుక్కుంటూ బయటకు వెళ్లాడు. చాలాసేపు వెతకగా, అతను మొక్కజొన్న పొలంలో వలలో చిక్కుకోవడం చూసి, అతను అతని దగ్గరకు వెళ్లి, "ఇది ఎలా జరిగింది, నా స్నేహితుడా?" అని అడిగాడు. కాకి సలహా విననందుకు పశ్చాత్తాప పడుతున్న జింక ఇలా సమాధానమిచ్చింది. "నేను నీ మాట విననందున ఇది జరిగింది. మీరు చెప్పింది. నిజమే, నేను నక్కను విశ్వసించకూడదు."

"అయితే, అతను ఎక్కడ ఉన్నాడు?" కాకి అడిగింది. జింక కన్నీరుమున్నీరు విలపిస్తూ "అతను ఎక్కడో దాక్కుని నా చావుకోసం ఎదురుచూస్తూ ఉంటాడు."

మరుసటి రోజు, తెల్లవారుజామున, పొలం యజమాని చేతిలో పొడవాటి కర్రతో జింక వైపు రావడం కాకి చూసింది. కాకి, జింకతో "మిత్రమా, నీ పొట్టపై పడుకుని కళ్లు మూసుకో. నువ్వు చనిపోయినట్లు నటించు. అతను నిన్ను విప్పినప్పుడు నేను నిన్ను హెచ్చరిస్తాను. అప్పుడు నువ్వు వీలైనంత వేగంగా పరుగెత్తాలి" అని చెప్పింది.

జింక తన స్నేహితుడి సలహాను అనుసరించింది. యజమాని దగ్గరకు వచ్చి చూడగా జింక చనిపోయి ఉండటాన్ని గమనించాడు. అతను వల విప్పుతుండగా, కాకి బిగ్గరగా కవ్విస్తూ అతనికి సంకేతం ఇచ్చింది. వెంటనే, జింక తనకు వీలైనంత వేగంగా పరుగెత్తింది. కోపంతో యజమాని ఆ కర్రను జింకపైకి బలంగా విసిరాడు. జింకకు బదులుగా, అది జింకను వెంబడించడానికి ప్రయత్నించిన నక్కను తాకింది. మరియు చెడ్డ నక్క అక్కడికక్కడే మరణించింది.

నీతి : అవసరమైనప్పుడు ఆదుకున్న స్నేహితుడే నిజమైన స్నేహితుడు

పాత టైగర్ మరియు బంగారు కంకణం

ఒకప్పుడు ఒక అడవిలో ఒక పులి ఉండేదట. అతను తన కోసం వేటాడటానికి బయటకు వెళ్లేవాడు. ఒకరోజు అతను చెరువు ఒడ్డున నడుచుకుంటూ వెళుతుండగా, నేలపై పడి ఉన్న బంగారు కంకణం కనిపించింది. వెంటనే, అతను దానిని ఎత్తుకుని, ఎవరినైనా ట్రాప్ చేయడానికి ఉపయోగించ వచ్చని అనుకున్నాడు.

ఒకరోజు, ఒక ప్రయాణీకుడు అతని దారిలో వెళ్లాడు. అతనిని చూసి, పులి, "ఎంత రుచికరమైన భోజనం చేస్తాదో!" అతను తన పంజాలో కంకణాన్ని పట్టుకుని, "చూడండి, నా దగ్గర ఈ బంగారు కంకణం ఉంది. వచ్చి నా నుండి బహుమతిగా తీసుకో" అని బిగ్గరగా చెప్పడం ప్రారంభించాడు.

ప్రయాణీకుడు బంగారు కంకణం కావాలని కోరుకున్నాడు. అతను అనుకున్నాడు. "నేను దానిని పొందగలిగితే, నేను ధనవంతుడిని అవుతాను! కానీ క్రూర మృగం దగ్గరికి వెళ్లడం ప్రమాదకరం. కాబట్టి అతను పులిని అడిగాడు, "నేను మీలాంటి అడవి జంతువును ఎలా నమ్మగలను? నేను నీ దగ్గరకు వస్తే, నువ్వు నన్ను చంపేస్తావు.".

తెలివిగల పులి అమాయకంగా బదులిచ్చింది, "మిత్రమా, నిస్సందేహంగా, నేను నా యవ్వనంలో చాలా దుర్మార్గుడిని మరియు క్రూరంగా ఉండేవాడిని. కానీ ఇటీవల, ఒక పవిత్ర వ్యక్తి యొక్క సలహాతో, నేను అన్ని దుర్గుణాలను విడిచిపెట్టాను. ఇప్పుడు నేను దానధర్మాలు మాత్రమే చేస్తున్నాను. పైగా నేను ఇప్పుడు చాలా వృద్ధుడునయ్యాను, నాకు దంతాలు మరియు పదునైన గోర్లు లేవు, కాబట్టి మీరు నాకు భయపడాల్సిన అవసరం లేదు."

అత్యాశగల ప్రయాణీకుడు ముసలి పులిని నమ్మాడు. పులి సంతోషించింది; అతను ప్రయాణీకుడి విశ్వాసాన్ని గెలుచుకోవడంలో విజయం సాధించాడు. పులి తన నుండి బహుమతిని స్వీకరించే ముందు, చెరువులో స్నానం చేయమని ప్రయాణీకుడికి సూచించింది. యాత్రికుడు చెరువులో అడుగు పెట్టాడు మరియు అతని భయానకతకు, అతను చిత్తడి నేలలో చిక్కుకున్నాడు. చెరువులో నుండి బయటకు రావడానికి చాలా కష్టపడ్డాడు. పులి సానుభూతి నటిస్తూ, "అయ్యో! నువ్వు ఇక్కడ చిక్కుకున్నావు. చింతించకు. నేను నిన్ను బయటకు లాగుతాను."

అంటూ ప్రయాణీకుడి దగ్గరికి వెళ్లి తన రెండు పాదాలతో పట్టుకున్నాడు. అతన్ని చెరువు పక్కకు ఈడ్చుకెళ్లాడు. మూర్ఖుడు భయపడి, వెంటనే గ్రహించాడు, "నేను క్రూర మృగాన్ని నమ్మడం సరికాదు. అత్యాశతో ఉండకూడదు. ఇప్పుడు, అతను ఖచ్చితంగా నన్ను చంపబోతున్నాడు. కానీ చాలా ఆలస్యం అయింది. పులి త్వరగా ఆ వ్యక్తిని పట్టుకుని చంపి తినేసింది.

నీతి : మీ దురాశ మీ తర్కాన్ని అధిగమించనివ్వండి.

అతను ఏనుగు మరియు చెడ్డ తోడేలు

ఒకానొకప్పుడు, ఒక అడవిలో ఒక ఏనుగు నివసించేది. అతను భారీగా మరియు ఆరోగ్యంగా ఉన్నాడు. కొన్ని తోడేళ్లు సమీపంలో నివసించాయి. వారు అతన్ని చూసి, 'ఏదో ఒక విధంగా ఈ ఏనుగును చంపగలిగితే, మనందరికీ చాలా రోజులకు సరిపడా ఆహారం ఉంటుంది" అని అనుకున్నారు.

ఏనుగును చంపేందుకు పథకం వేశారు. ఒక ముసలి తోడేలు, "నేను ఈ ఏనుగును నా తెలివితో చంపేస్తాను" అని చెప్పింది. ఒకరోజు, ముసలి తోడేలు ఏనుగు దగ్గరకు వెళ్లి, "నా స్వామీ! దయచేసి నన్ను కరుణించు." అని వేడుకుంది. తోడేలు తనతో ఇలా మాట్లాడటం చూసి ఏనుగు ఆశ్చర్యపోయింది. "ఎవరు నువ్వు? నా దగ్గరకు ఎందుకు వచ్చావు?" అని అడిగాడు.

తోడేలు బదులిచ్చింది. "నేను పేద ముసలి తోడేలు, అడవిలోని ఇతర జంతువులన్నీ నన్ను నీ దగ్గరకు పంపాయి. రాజు లేకుండా అడవిలో నివసించడం మంచిది కాదని వారు భావిస్తున్నారు. మరియు మీరు చాలా సరిపోతారని అందరూ భావిస్తారు. ఈ గౌరవప్రదమైన స్థానం కోసం జీవి. అందుకే, వారు నిన్ను తమ రాజుగా ఎన్నుకున్నారు. "

ఈ స్తుతి మాటలు విని ఏనుగు చాలా ఉలిక్కిపడింది. అతను రాజు అవుతాడనే ఆలోచనతో నవ్వాడు మరియు గొప్పగా భావించాడు. అతను అడవిలోని ఇతర జంతువుల దగ్గరకు తోడేలుతో పాటు వెళ్లడానికి సంతోషంగా అంగీకరించాడు.

చెడ్డ తోడేలు ఏనుగును చిత్తడి మార్గం గుండా నడిపించింది. ఏనుగు కొంత దూరం కూడా ముందుకు నడవలేదు, అతను చిత్తడిలో చిక్కుకున్నట్లు గుర్తించాడు. అతను నిస్సహాయంగా అరిచాడు. "ప్రియమైన మిత్రమా, నేను ఈ తడి భూమిలో చిక్కుకున్నాను. దయచేసి దాని నుండి బయటకు రావడానికి నాకు సహాయం చేయండి. మీరు నన్ను ఇక్కడి నుండి రక్షించకపోతే నేను చనిపోతాను."

తోడేలు కొంటెగా నవ్వుతూ, "భయపడకండి, సార్, నా తోక పట్టుకుని దాని నుండి బయటకు రావడానికి ప్రయత్నించండి." ఏనుగు తన దారిని వెతకడానికి చాలా కష్టపడ్డాడు, కానీ అతను చేరలేకపోయాడు. చెడ్డ తోడేలు సమయం కోల్పోలేదు. అతనిపైకి దూసుకెళ్లి చంపేసాడు. తోడేలు వంటి దుష్ట జీవిని నమ్మినందుకు శక్తివంతమైన ఏనుగు తన ప్రాణాలను కోల్పోయింది.

నీతి : దుష్టుల సహవాసానికి దూరంగా ఉండాలి.

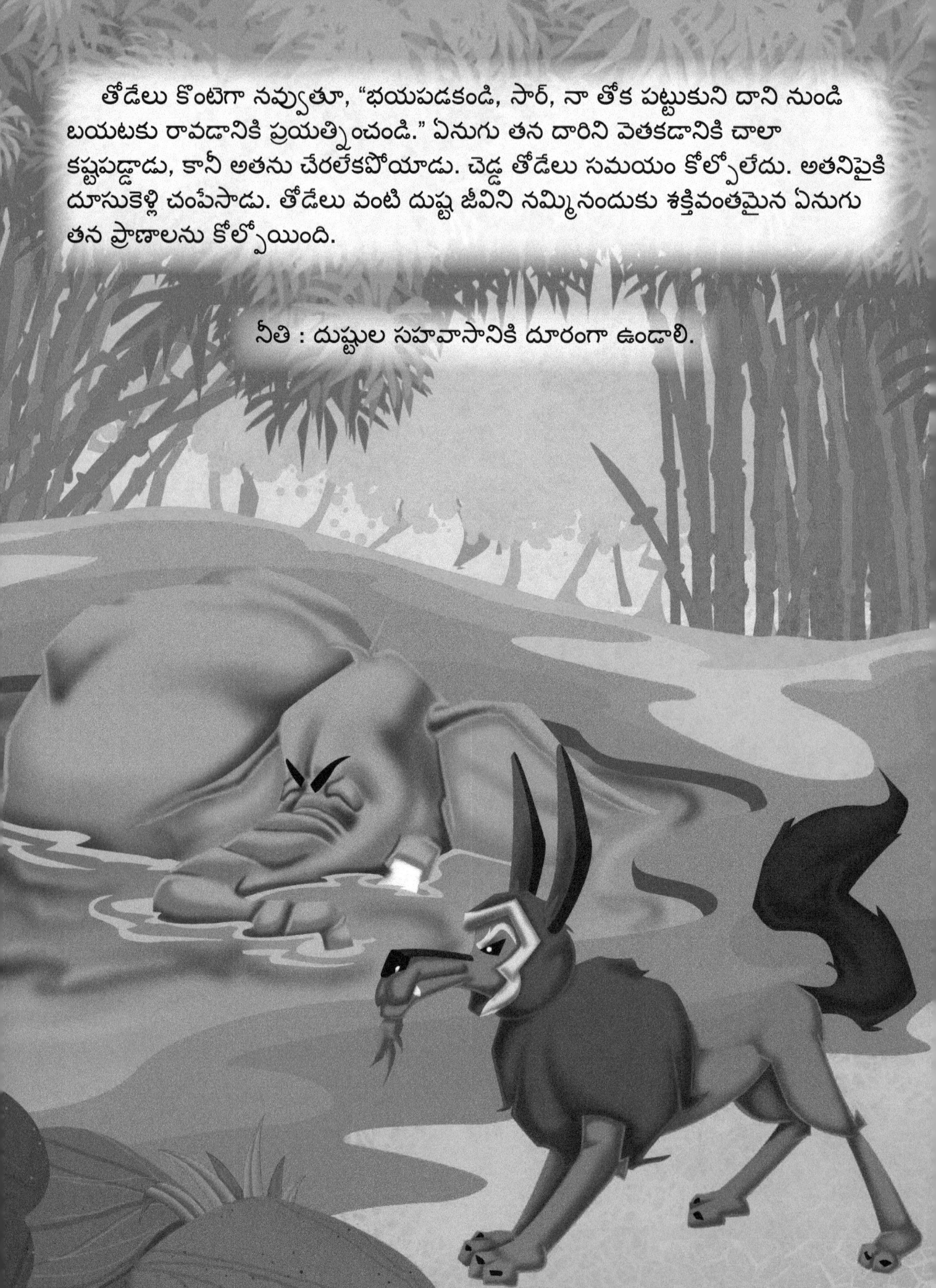

సింహం మరియు అతని ముగ్గురు స్నేహితులు

పూర్వం ఒక అడవిలో సింహం ఉండేది. అన్ని జీవులలో, తోడేలు, నక్క మరియు కాకి సింహంతో సన్నిహిత స్నేహాన్ని పెంచుకున్నాయి. సింహం అడవికి రాజు అని, అతనితో స్నేహం తమకు ఎంతగానో ఉపయోగపడుతుందని వారికి తెలుసు. ఈ స్వార్థపూరిత ఉద్దేశ్యంతో, వారు అతనికి విధేయత చూపారు మరియు ఎల్లప్పుడూ అతని సేవలో ఉన్నారు.

గొప్పదనం ఏమిటంటే, వారు తమ ఆహారం కోసం ఎప్పుడూ వేటాడాల్సిన అవసరం లేదు, ఎందుకంటే సింహం వారికి తన మిగిలిపోయిన ఆహారాన్ని ఇచ్చేది, కాబట్టి వారు ముగ్గురూ చాలా సుఖంగా మరియు సంతోషంగా జీవించారు.

ఒకరోజు దూరదేశం నుండి వచ్చిన ఒంటె దారి తప్పిపోయింది. అతను ఆ ముగ్గురు స్నేహితులు నివసించే అదే అడవికి వచ్చాడు. ఒంటెను చూడగానే ఈ వింత జంతువు తమకు గొప్ప విందుగా ఉంటుందని భావించారు. తోడేలు అన్నాడు. “కానీ అతను పెద్ద జంతువు. మనం అతన్ని చంపలేము. ఈ విషయాన్ని మన శక్తిమంతుడైన రాజుకు తెలియజేద్దాం.” అందరూ అంగీకరించి రాజ సింహం దగ్గరకు వెళ్లారు.

సింహాన్ని చూసి నక్క “మా మహిమాన్వితుడా! నీ అనుమతి లేకుండానే ఒక తెలియని జంతువు నీ రాజ్యంలోకి ప్రవేశించింది. దాని శరీరమంతా మాంసాలతో నిండి ఉంది. మనందరికీ చక్కగా భోజనం పెడతాను. అతన్ని చంపెద్దాం” అంది. అది విని సింహం పెద్దగా గర్జించి, “ఈ జంతువు నా రాజ్యంలో ఆశ్రయం పొందింది. అతన్ని ఇలా చంపడం అనైతికం. అలా కాకుండా మనం అతనికి ఆశ్రయం కల్పించి బాగా చూసుకోవాలి. ముగ్గురూ చాలా నిరాశ చెందారు. సింహం చెప్పినదానికి వారు సమ్మతిస్తూ తల వూపారు.

అందరూ, ఒంటె దగ్గరకు వెళ్లి సింహం నిర్ణయం గురించి తెలియజేశారు. ఒంటె చాలా సంతోషంగా ఉంది మరియు సింహానికి కృతజ్ఞతతో ఉంది. మరియు అతను వారితో అడవిలో నివసించడం ప్రారంభించాడు.

ఒకరోజు, సింహం శక్తివంతమైన ఏనుగుతో పోరాడింది. సింహం తీవ్రంగా గాయపడింది మరియు తన ఆహారం కోసం వేటకు వెళ్లలేకపోయింది. అతను చాలా రోజులు ఆహారం లేకుండా జీవించవలసి వచ్చింది. రోజువారీ ఆహారం కోసం సింహంపై ఆధారపడిన తోడేలు, నక్క మరియు కాకి చాలా రోజులు ఆకలితో ఉండవలసి వచ్చింది. కానీ ఒంటె అడవిలో మేస్తూ సంతోషంగా ఉంది.

ఆకలితో చచ్చిపోతూ ముగ్గురు మిత్రులు సింహం దగ్గరకు వెళ్లి "మహిమాన్వితురా! రోజురోజుకు బలహీనపడుతున్నావు. నీ ఆరోగ్యం క్షీణించి పోతున్నందుకు మాకు జాలి కలుగుతోంది. ఒంటెను చంపి తినకూడదా? అయితే సింహం కోపంతో మళ్లీ కోపంతో, "అతను మా అతిథి. అతడిని చంపాలని ఎలా ఆలోచిస్తావు?" ముగ్గురూ మౌనంగా ఉన్నప్పటికీ రహస్యంగా ఒంటెను చంపడానికి పథకం వేశారు. వారి పథకం ప్రకారం, వారు అతని వద్దకు వెళ్లి, "ప్రియ మిత్రమా, మీకు తెలిసినట్లుగా, మా రాజు గత చాలా రోజులుగా ఏమీ తినలేదు. అతను చాలా బలహీనంగా మారాడు. కాబట్టి మా రాజు ప్రాణాన్ని కాపాడటానికి మనల్ని త్యాగం చేసుకోవడం మన కర్తవ్యం. మనల్ని మనం రాజుకు సమర్పించుకుందాం."

ఒంటె వారి గేమ్ ప్లాన్ అర్థం చేసుకోలేక తల ఊపింది. అందరూ, సింహాల గుహకు వెళ్లారు. మొదట కాకి ముందుకు వచ్చి, "మా మహిమాన్వితమా! మేము మీ కోసం ఏ ఆహారాన్ని ఏర్పాటు చేయలేకపోయాము మరియు మిమ్మల్ని ఈ స్థితిలో చూడలేము, కాబట్టి నన్ను మీకు నేనే అర్పిస్తున్నాను. దయచేసి నన్ను తినండి" అని చెప్పింది, దానికి సింహం, "ప్రియమైన, నా స్నేహితుల్లో ఒకరిని చంపడానికి నేను ఎంత నీచంగా ఉండగలను" అని సమాధానం ఇచ్చింది. నక్క మరియు తోడేలు కూడా తమను తాము రాజుకు సమర్పించుకున్నాయి. కానీ సింహం వారి ప్రతిపాదనను తిరస్కరించింది.

ఇన్నాళ్లు ఒంటె వాళ్ల సంభాషణ చూస్తూనే ఉంది. లాంఛనంగా, అతను సింహానికి సమర్పించుకోవడం తప్ప వేరే మార్గం లేదు. "మహిమ! నువ్వు నన్ను ఎందుకు తినకూడదు? నువ్వు నాకు ఆశ్రయం ఇచ్చి నన్ను బాగా చూసుకున్నావు. ఇప్పుడు, నా రాజు ప్రాణాన్ని రక్షించడం నా కర్తవ్యం. నా శరీరాన్ని నీకు అప్పగిస్తున్నాను" అన్నాడు. సింహం ఆలోచించింది, ఈసారి ఒంటె స్వయంగా తన శరీరాన్ని తనకు అర్పిస్తోంది. కాబట్టి అతను ఈ ఆఫర్ను చాలా ఆకర్షణీయంగా గుర్తించాడు మరియు తన అతిథిని చంపే నీతికి విరుద్ధంగా కాదు. ఒంటె ఆశ్చర్యపోయేలా, సింహం అతనిపైకి దూసుకెళ్లి, అతని శరీరాన్ని చీల్చి ముక్కలు ముక్కలుగా చేసింది. సింహం మరియు అతని ముగ్గురు స్నేహితులు తమ హృదయానికి సంతృప్తికరంగా రుచికరమైన భోజనం తిన్నారు.

నీతి : నీచమైన స్నేహితుల సహవాసానికి దూరంగా ఉండాలి.

Printed in the USA
CPSIA information can be obtained
at www.ICGtesting.com
LVHW071336240124
769291LV00012B/381